AF743371

कृषिदैनंदिनी

शेतीविषयक दैनंदिन कामांची नोंदवही

(एका वर्षात घेतल्या जाणाऱ्या विविध पिकांच्या नोंदीसाठी वेगवेगळ्या रंगाच्या शाईच्या
[उदा. ज्वारी- लाल शाई, ऊस - निळी शाई, द्राक्षे- काळी शाई, गहू - हिरवी शाई, इत्यादी]
पेनचा वापर केल्यास विश्लेषण करणे सोपे होईल.)

(शेतात एका वर्षात घेतलेल्या सर्व पिकांसंबंधी आवश्यक नोंदी)

वर्ष : ____________________

लेखक
डॉ. तेजस चंद्रकांत शेंडे

सकाळ प्रकाशन

सकाळ प्रकाशन

Krushidainandini

© Dr. Tejas Chandrakant Shende

कृषिदैनंदिनी

शेतीविषयक दैनंदिन कामांची नोंदवही

लेखक
डॉ. तेजस चंद्रकांत शेंडे
पत्ता : बी-९, ७०१, मंगल भैरव,
नांदेड सिटी, पुणे ४१
मोबाइल : ९९७०८३२१०५
ई-मेल : tejas.shende@gmail.com

प्रथम आवृत्ती
जून २०१८

मुखपृष्ठ
प्रदीप खेतमर

मांडणी
आर्ट ॲडव्हर्टायझिंग

प्रकाशक
सकाळ मीडिया प्रा. लि.
५९५, बुधवार पेठ, पुणे - ४११००२

मुद्रणस्थळ
विकास प्रिंटिंग ॲण्ड कॅरिअर्स प्रा. लि.
प्लॉट नं. ३२, एमआयडीसी, सातपूर, नाशिक

ISBN : 978-93-87408-28-9

संपर्क
०२०-२४४० ५६७८ / ८८८८८ ४९०५०
sakalprakashan@esakal.com

अ नु क्र म णि का

नोंदवहीचे महत्त्व

- भारतासारख्या विकसनशील देशात अर्थव्यवस्थेचा मुख्य कणा असणारे दोन व्यवसाय. एक शेती व दुसरा पशुपालन भविष्यातील कुठल्याही नियोजनाशिवाय व हिशोबाशिवाय केले जातात. ही बाब या व्यवसायाच्या दृष्टीने तोट्याची ठरू शकते.
- कुठलाही धंदा किंवा व्यवसाय फायद्यात चालवायचा असेल तर त्या व्यवसायात नोंदवहीला अनन्यसाधारण महत्त्व आहे. कारण व्यवसाय नोंदी ठेवल्याशिवाय केलाच जाऊ शकत नाही, ही सिद्ध झालेली बाब समजून घेण्याची वेळ आलेली आहे.
- शेतकरी 'शेती या व्यवसायात काही राम नाही', असे म्हणतो. कारण जेवढे काबाडकष्ट तेवढे उत्पन्न काही त्याला मिळत नाही. हे उत्पन्न कमी मिळण्याची कारणे बरीच आहेत. जसे की, शेतीमालाचे सध्याचे दर, प्रतिकूल बदलते हवामान, शेतीमधील लिखापढी इत्यादी. त्यामुळे शेतकऱ्याला त्यावर मात करणे कठीण जाते.
- आपल्याकडील जवळपास ८० ते ९०% नव्हे तर १००% शेतकऱ्याकडे आपल्या शेती व्यवसायातील जमा, खर्च, विविध शेतीकामाच्या वेळा, त्याला लागलेले कष्ट, जमिनीची प्रतवारी, दर वर्षाचे उत्पन्न, नफा, तोटा इ. कुठल्याही नोंदी नाहीत.
- विविध शेतीकामावरचे खर्च व उत्पादन यांच्यामधील न बसणारा ताळमेळ यामुळे शेतकरी पुरता हैराण झाला आहे. शेतकऱ्याला शेती व्यवसायात भरघोस उत्पन्न मिळवायचे असेल तर शेती व्यवसायातील नवीन बदल स्वीकारणे व त्यावर शास्त्रीय दृष्टिकोनातून अंमलबजावणी करणे हे अतिशय महत्त्वाचे आहे.
- या नवीन बदलामध्ये शेतकऱ्याने आतापर्यंत कधीही न अवलंबलेली गोष्ट म्हणजे, ज्या गोष्टी आपण आपल्या शेतीमध्ये करतो त्यांच्या सविस्तर नोंदी ठेवणे होय; जे शेतकऱ्याच्या उत्पादन वाढीचे प्रमुख कारण ठरू शकते, नव्हे ठरणारच!
- नोंदी जर ठेवल्या, तर आपल्या व्यवसायात आपण कुठे चुकतोय व त्यावर उपाय काय? हे आपण सांगू शकतो.
- कोणत्या गोष्टीवर किती खर्च येतो व त्यानुसार उत्पादन कसे आहे व खर्च कमी करण्यासाठी कोणत्या पिकात काय बदल घडवून उत्पादनात वाढ कशी होईल? हे निर्णय सहजरित्या घेता येतील, पण या चुका न कळल्यामुळे आपणाला शेतीला दोष देण्याशिवाय कोणताही पर्याय राहत नाही.
- आपण आपल्या चुकांचे खापर शेती व्यवसायावर फोडतो व हा धंदा फायद्याचा नाही, म्हणून बंद करतो. खालील तक्त्यामध्ये जर आपल्याकडे शेतीच्या वेगवेगळ्या नोंदी असतील तर त्याचे काय फायदे होऊ शकतात हे दिलेले आहे.

अ.	नोंदीचा विषय	महत्त्वाच्या नोंदी	या नोंदीचा व्यावसायिक दृष्टिकोणातून उपयोग
१	जनावरांविषयी नोंदी	यामध्ये आपण आपल्या शेतीपूरक व्यवसायात कोणती जनावर आहेत, जात, नाव, पाळण्याचा उद्देश, एकूण संख्या, एकूण नर, एकूण माद्या, दररोज सरासरी किती उत्पादन मिळते, उत्पन्नापासून सरासरी मिळालेली एकूण रक्कम(रु.) जनावरांची विक्री दिनांक, किती व कोणते विकले, मिळालेली रक्कम (रु.) इत्यादी नोंदी ठेवतो.	यामधून आपल्याला आपला शेतीपूरक व्यवसाय पशुपालन याची स्थिती कशी आहे व कुठल्या जनावारापासून काय उत्पन्न मिळेल, ह्या गोष्टी कळतील.
२	शेतीच्या विविध तपासण्यांसंबधीच्या नोंदी (पाणी, माती, पीक इ.)	दिनांक, शेतीच्या प्लॉटचे नाव / ओळख / नंबर, तपासणी / परीक्षण दिनांक, कशाची तपासणी केली, तपासणीसाठी किती नमुना दिला, तपासणी अहवाल मिळाल्याची तारीख, तपासणी बिल नंबर, तपासणीवरील खर्च, तपासणी अहवालातील मुद्दे, केलेली आवश्यक उपाययोजना, उपाय योजनेवरील खर्च, एकूण खर्च, इत्यादी नोंदी ठेवतो.	यामधून शेतकऱ्याला शेतीउत्पन्न वाढीसाठी शेतीच्या मातीपरीक्षण, पाणी चाचणी, किंवा जमिनीतील ओलसरपणा, पिकाच्या तपासण्या यामुळे शेतीत आवश्यक बदल उत्पादन वाढ करणे सहज शक्य होऊ शकते.
३	सेंद्रिय खत / शेणखत टाकण्याविषयीच्या नोंदी	यामध्ये आपण आपल्या शेतीत घालण्यासाठी लागणाऱ्या खताच्या नोंदी ठेवतो. जसे की, शेतीच्या प्लॉटचे नाव / ओळख नंबर, पीक लागवडीखालील क्षेत्र, दिनांक, सेंद्रिय खताचे नाव, खत कोणाकडून विकत घेतले, खताची खरेदी किंमत, खतामधील घटक (शेण, लेंडी व इतर), घालण्याची तारीख, एकूण किती खत दिले, खत देण्यासाठी कामगारावरील खर्च, खतावरील एकूण खर्च, इत्यादी नोंदी ठेवतो.	यामधून आपल्याला आपल्या कुठल्या पिकाला एकरी किती खत टाकले व त्यावर किती खर्च आला व एकूण उत्पादनात किती फरक पडला, याविषयी माहिती मिळेल.

४	शेतीच्या मशागतीविषयीच्या नोंदी (उदा.- रान ओलावणे, नांगरणी, फणणे, कुळपणी, लोडणे, सरी सोडणे / सारे सोडणे, सरी तोडणे/ वाफे ओढणे इ.)	शेतीच्या प्लॉटचे नाव / ओळख / नंबर, लागवडीखालील क्षेत्र, दिनांक, मशागतीचा प्रकार, मशागतीचा उद्देश, मशागत कशाने केली, किती लोक कामाला होते, दर दिवसाचा खर्च, मशागतीसाठी लागलेले एकूण दिवस, मशागतीसाठी आलेला एकूण खर्च इत्यादी नोंदी ठेवतो.	प्रत्येक पिकासाठी आपण शेतात कोणती मशागत केली त्याचा पिकाच्या एकूण उत्पादनावर किती फरक पडला व मशागतीवर एकूण किती खर्च आला, हे समजते.
५	धान्याच्या पीक लागणीविषयीच्या नोंदी	पिकाचे नाव, लागणीचा सुरुवातीचा दिनांक, पिकाच्या एकूण लागवडीचे क्षेत्र, बियाण्याची जात व कंपनी, एकूण क्षेत्रासाठी किती बियाणे लागले, पिकाची अपेक्षित काढणीची तारीख, बियाण्यावरील एकूण खर्च, लागणीसाठी एकूण खर्च इत्यादी नोंदी ठेवतो.	यामध्ये कुठली लागवडपद्धत वापरावी, प्लॉटला एकरी किती बियाणे लागते, कोणत्या कंपनीच्या बियाण्याचा उतारा सर्वोत्तम आहे व लागवडीवर किती खर्च आला, हे कळते.
६	पिकाला पाणी देण्याविषयीच्या नोंदी	पिकाचे नाव, पहिल्या पाण्याची तारीख, पाणी देण्यासाठी लागलेले एकूण दिवस, दुसऱ्या पाण्याची संभाव्य तारीख, पिकाला एकूण किती पाणी लागले, पाणी देण्यावरील खर्च (कामगार व पाणी) इत्यादी नोंदी ठेवतो.	वेगवेगळ्या पिकांना किती पाणी लागते, सर्वोत्तम पाणी देण्याची पद्धत कोणती व पाणी देण्यावर किती खर्च येतो, हे समजते.
७	पिकांच्या खुरपण्याविषयीच्या नोंदी	पिकाचे नाव, कितवे खुरपण, खुरपणीची सुरुवातीची तारीख, खुरपणीची शेवटची तारीख, खुरपणीला एकूण किती दिवस लागले, खुरपणीसाठी एकूण किती कामगार लागले, कामगारांचा दर दिवशीचा पगार, खुरपणीसाठी एकूण खर्च इत्यादी नोंदी ठेवतो.	पिकांना किती खुरपण्या लागतात व एकरी खुरपणीला किती दिवस व किती खर्च हे समजते. त्यानुसार आणखी पर्याय कोणते, हे ठरवता येते.
८	पिकांच्या रासायनिक खतांविषयीच्या नोंदी	पिकाचे नाव, पीक लागवडीखालील क्षेत्र, रासायनिक खताचे नाव, खत दुकानाचे नाव व बिल नंबर, खताची खरेदी किंमत, खतामधील घटक, खत देण्याची तारीख, एकूण किती खत दिले, पुढच्या खताच्या डोसची अंदाजे तारीख, खत देण्यासाठी कामगारावरील खर्च, खतावरील एकूण खर्च इत्यादी नोंदी ठेवतो.	कुठल्या रासायनिक खताचा डोस वेगवेगळ्या पिकांना किती प्रमाणात लागतो, ज्यामुळे सर्वोत्तम उत्पन्न मिळाले हे कळते. तसेच कुठल्या खताचा परिणाम चांगला आहे व रासायनिक खतावर एकरी एकूण किती खर्च आला, हे समजते.
९	औषध फवारणीविषयीच्या नोंदी	पिकाचे नाव, पीक लागवडीखालील क्षेत्र, फवारणीच्या औषधाचे नाव, औषध दुकानदाराचे नाव व बिल नंबर, औषधाची खरेदी किंमत, औषधामधील घटक, औषध मारण्याची तारीख, एकूण किती औषध मारले, औषध फवारणीची अंदाजे तारीख, औषध मारणाऱ्या कामगारांवरील खर्च, औषध फवारणीवरील एकूण खर्च इत्यादी नोंदी ठेवतो.	कुठल्या औषधाचा कुठल्या पिकावर कसा परिणाम होतो, वेळ व औषध फवारणीवर एकरी एकूण किती खर्च येतो, हे कळते.
१०	पीक काढणी व मळणीविषयीच्या नोंदी	पिकाचे नाव, पीक लागवडीखालील क्षेत्र, पीक लागवडीची तारीख, पीक काढणीची तारीख, काढणीसाठी लागलेले कामगार, काढणीसाठी एकूण खर्च, पीक मळणीसाठी कुणाचे यंत्र वापरले, मळणीसाठी लागलेले कामगार, मळणीवरील एकूण खर्च, काढणी व मळणीवरील एकूण खर्च, पिकाचे मिळालेले उत्पादन, इत्यादी नोंदी ठेवतो.	यामध्ये पिकाच्या काढणीची वेळ, काढणीवरचा खर्च, मळणीसाठीचा खर्च व पिकाचे मिळालेले एकूण उत्पन्न याचा अचूक अंदाज काढता येतो.

११	धान्य / पीक साठवण व विक्रीविषयक नोंदी	पिकाचे नाव, पिकाचे एकूण उत्पादन, धान्य किती दिवस वाळवले, कामगारांना दिलेले धान्य / खर्च, घरच्या वापरासाठी लागणारे धान्य, विक्रीची तारीख, एकूण किती धान्य विकले, किंमत काय मिळाली, कोणाला विकले, विक्रीतून मिळालेली एकूण रक्कम, बिल नंबर, शिल्लक साठा, कशात साठविले इत्यादी नोंदी ठेवतो.	पिकाचे एकरी एकूण उत्पादन, साठवण केलेले धान्य, प्रति १०० किलो मिळालेला दर, एकूण उत्पादन रुपये, कुणाला विकले, विक्रीची वेळ यांबाबत माहिती मिळते
१२	चारा पीक लागवडीविषयक नोंदी	चारा पिकाचे नाव, लागवडीची तारीख, लागवडीखालील जमीन क्षेत्र, उत्पादन खर्च, पहिल्यांदा कट करण्याची अपेक्षित तारीख, शेवटचा कट करण्याची अपेक्षित तारीख, एकूण अपेक्षित उत्पादन (क्विंटल), धान्य / बियाणे विक्रीतून मिळालेली रक्कम, इत्यादी नोंदी ठेवतो.	जनावरांसाठी लागणारा चारा, उत्पादन, चाराविक्रीमधून मिळालेला फायदा या नोंदी महत्त्वाच्या ठरतात.
१३	शेतीच्या जमा-खर्चविषयीच्या नोंदी	खर्चाच्या नोंदी, तारीख, कशावर खर्च केला, खर्चाचे कारण, एकूण रक्कम, रक्कम कुणाला दिली, मिळकतीच्या नोंदीची तारीख, कशातून मिळकत झाली, मिळकतीचे कारण, एकूण रक्कम, रक्कम कुणाकडून मिळाली, इत्यादी नोंदी ठेवतो.	यामुळे आपणाला शेतीमधील जमा व खर्च याचा दर महिन्याचा लेखाजोखा कळतो. जमा झालेला पैसा व खर्च झालेला पैसा याच्या नोंदी ठेवल्यामुळे या शेतीव्यवासायामध्ये फायदा झाला की तोटा झाला आहे, हे समजते; जे अतिशय महत्त्वाचे आहे.
१४	कामगारविषयीच्या नोंदी व कामगारांचे हजेरीपत्रक	कामगाराचे नाव, संपूर्ण पत्ता, मोबाईल नंबर, कामावर रुजू झाल्याची तारीख, दर दिवसाचा पगार, पगाराची रक्कम, पगाराची तारीख, काम सोडल्याची तारीख, अतिरिक्त पैशाची रक्कम व तारीख, वर्षभरातील सर्व महिन्यांचे हजेरीपत्रक, इत्यादी नोंदी ठेवतो.	यामुळे आपणाला कामगारांविषयी सर्व नोंदी कळतात. सध्याच्या कामगारांमुळे शेतीत सुधारणा झाल्या आहेत की नाहीत ते कळते. कोणता कामगार सगळ्यात उत्तम आहे हे समजते. त्यांच्यावर आपण किती पैसे खर्च केले हे कळते. यामुळे आपणाला कामगाराची दर महिन्याची हजेरी कळते व त्यांचा पगार करण्यास सोयीस्कर होते. तसेच त्यादिवशी आपण पर्यायी व्यवस्था काय केली व फार्मवर काही गैरसोय झाली का, हे कळते.
१५	पीक विमा तपशील	पिकाचे नाव, लागवडीखालील एकूण क्षेत्र, विमा पॉलिसी क्रमांक, विमा पॉलिसी किती तारीखेपासून सुरू, विमा पॉलिसी किती तारीखेला संपते, पैसे भरल्याची तारीख, विमा रक्कम किंवा शासकीय विम्याच्या सर्व नोंदी इत्यादी नोंदी ठेवतो.	यामुळे आपणाला विम्याच्या संदर्भात सर्व गोष्टी कळतात. जसे की, विमा कुठल्या कंपनीचा केला, कधी केला, विमा पॉलिसी काळ, कधी संपते आहे व किती पैश्याचा प्रिमीयम आहे व कुठलीही गैरसोय झाली तर आवश्यक निर्णय घेता येतात.
१६	प्रक्षेत्रावरील स्थायी सामानविषयक नोंदी	सामानाचे नाव व नंबर, सामानाचे वर्णन व कंपनी खरेदीची तारीख व बिलाचा नंबर, खरेदी किंमत व सध्याची किंमत, विक्रेत्याचे नाव व पत्ता व मोबाईल, वापरासाठी किती व कधी दिली, वस्तू किती तारखेला चेक केल्या, वस्तू चेक केल्यानंतरचा अहवाल, शिल्लक, अंदाजे किंमत, विल्हेवाट लावल्याची तारीख व नंबर, शेरा, इत्यादी नोंदी ठेवतो.	यामुळे आपणाला आपल्या फार्म वर कोणते सामान घेतले, कधी घेतले, कुठल्या कंपनीचे घेतले, त्याची किंमत, सध्याची किंमत त्या सामानाची सद्यःस्थिती या अतिशय महत्त्वाच्या गोष्टी समजतात.

- जर वरीलप्रमाणे सर्व नोंदी ठेवल्या तर पिकांची संख्या न वाढवता उत्पादन वाढवता येऊ शकते
- जर प्रत्येक गोष्ट नियंत्रणात ठेवली, तर प्रत्येक पिकांबद्दल वेळच्या वेळी योग्य निर्णय घेता येतात आणि शेतीव्यवसायाची व्यावसायिक दृष्टिकोणातून जडणघडण लक्षात घेता येते.

प्रक्षेत्राच्या / शेतीच्या मुख्य नोंदी

प्रक्षेत्राचे / फार्मचे नाव			
मालकाचे नाव			
संपूर्ण पत्ता व मोबाईल नंबर			
एकूण जमीनधारणा			
एकूण जिरायती जमीन			
एकूण बागायती जमीन			
वर्षात घेतलेली जाणारी महत्त्वाची पिके			
नोंदीचे वर्ष			
एकूण जनावरांची संख्या	गाय-		
	म्हैस -		
	शेळ्या -		
	मेंढ्या -		
	कोंबड्या -		
पिकाचे नाव लिहिण्यासाठी वापरल्या जाणाऱ्या शाईचा रंग	१. ऊस : काळी	२.	३.
	४.	५.	६.
जनावराचे नाव लिहिण्यासाठी वापरल्या जाणाऱ्या शाईचा रंग	१. गाय : काळी	२.	३.
	४.	५.	६.

जनावरांविषयी नोंदी :

अ. नं.	दिनांक	कोणते जनावर आहे	पाळण्याचा उद्देश	एकूण संख्या	एकूण नर	एकूण माद्या	महिन्याला सरासरी किती उत्पादन / दूध / अंडी / लोकर मिळते	प्रति महिना किती दूध / अंडी / लोकर विक्री केली
उदा.	३१.०५.१८	गाय	दूध	२	नाही	२	३६० लि.	२५० लि.
१								
२								
३								
४								
५								
६								
७								
८								
९								
१०								
११								
१२								
१३								
१४								
१५								
१६								
१७								
१८								
१९								
२०								

उत्पन्नापासून प्रति महिना सरासरी मिळालेली एकूण रक्कम (रु.)	जनावरांची विक्री दिनांक	किती व कोणते जनावर विकले	सदरच्या महिन्यात जनावर विक्रीतून मिळालेली रक्कम (रु.)	सदरच्या महिन्यात जनावरांच्या औषधोपचारावरील एकूण खर्च (रु.)	शिल्लक जनावरांची संख्या	जनावरांवरील एकूण खर्च (रु.)
२,२५०/-	नाही	नाही	नाही	२३०/-	०२	१५००/-

प्रत्येक जनावरांच्याविषयी नोंदी :

अ. नं.	दिनांक	कोणते जनावर आहे	पाळण्याचा उद्देश	एकूण संख्या	एकूण नर	एकूण माद्या	महिन्याला सरासरी किती उत्पादन / दूध / अंडी / लोकर मिळते	प्रति महिना किती दूध / अंडी / लोकर विक्री केली
२१								
२२								
२३								
२४								
२५								
२६								
२७								
२८								
२९								
३०								
३१								
३२								
३३								
३४								
३५								
३६								
३७								
३८								
३९								
४०								

उत्पन्नापासून प्रति महिना सरासरी मिळालेली एकूण रक्कम (रु.)	जनावरांची विक्री दिनांक	किती व कोणते जनावर विकले	सदरच्या महिन्यात जनावर विक्रीतून मिळालेली रक्कम (रु.)	सदरच्या महिन्यात जनावरांच्या औषधोपचारावरील एकूण खर्च (रु.)	शिल्लक जनावरांची संख्या	जनावरांवरील एकूण खर्च (रु.)

प्रत्येक जनावरांच्याविषयी नोंदी :

अ. नं.	दिनांक	कोणते जनावर आहे	पाळण्याचा उद्देश	एकूण संख्या	एकूण नर	एकूण माद्या	महिन्याला सरासरी किती उत्पादन / दूध / अंडी / लोकर मिळते	प्रति महिना किती दूध / अंडी / लोकर विक्री केली
४१								
४२								
४३								
४४								
४५								
४६								
४७								
४८								
४९								
५०								
५१								
५२								
५३								
५४								
५५								
५६								
५७								
५८								
५९								
६०								

वर्षाला एकत्रित शेणखत विक्रीतून मिळालेली रक्कम (रु.)

जनावर विक्री व विविध उत्पादन (दूध / अंडी / लोकर / शेणखत) विक्रीतून मिळालेले एकूण वार्षिक उत्पन्न रु. =

टीप : सदर जनावरांच्या (गाय, म्हैस, शेळी, मेंढी, कोंबडी इ. यांची प्रत्येक प्रजातीसाठी उदा. गाय एका स्वतंत्र रकान्यात) नोंदी महिन्यातून एकदा ठेवणे अपेक्षित आहे.

उत्पन्नापासून प्रति महिना सरासरी मिळालेली एकूण रक्कम (रु.)	जनावरांची विक्री दिनांक	किती व कोणते जनावर विकले	सदरच्या महिन्यात जनावर विक्रीतून मिळालेली रक्कम (रु.)	सदरच्या महिन्यात जनावरांच्या औषधोपचारावरील एकूण खर्च (रु.)	शिल्लक जनावरांची संख्या	जनावरांवरील एकूण खर्च (रु.)

जनावरावरील एकूण वार्षिक खर्च - (रु.) =

शेतीच्या विविध तपासण्यांसंबंधीच्या नोंदी : (पाणी, माती, पीक इ.)

अ. न.	शेतीच्या प्लॉटचे नाव / ओळख / नंबर	अगोदर घेतलेल्या पिकांची माहिती	भविष्यात कुठले पीक घ्यायचे आहे	तपासणी / परीक्षण दिनांक	कशाची तपासणी केली	तपासणी प्रयोगशाळेचे नाव	तपासणीसाठी किती नमुना दिला
उदा.	ब-१	कोबी	द्राक्षे	२५/०५/२०१८	माती सिमेंट चाचणी	SRL LAB	२५० ग्रॅम
१							
२							
३							
४							
५							
६							
७							
८							
९							
१०							

एकूण वार्षिक खर्च (वार्षिक माती परीक्षण खर्च + वार्षिक पाणी परीक्षण खर्च + वार्षिक विविध उपाययोजनांवरील खर्च) – (रु.) =

तपासणी अहवाल मिळाल्याची तारीख	तपासणी बिल नंबर	तपासणीवरील खर्च रु.	तपासणी अहवालातील मुद्दे	केलेली आवश्यक उपाययोजना	उपाय योजनेवरील खर्च रु.	एकूण खर्च रु.
२५/०६/२०१८	S-102	१५०/-	मध्यम जमीन चिकन माती	झिंक ५ किलो प्रति एकर व २५ किलो मॅग्नेशिअम / प्रति एकर	७५०/-	९००/-

सेंद्रिय / शेण खत टाकण्याविषयीच्या नोंदी :

अ. न.	शेतीच्या प्लॉटचे नाव / ओळख /नंबर	पिकाचे नाव व पीक लागवडीखालील क्षेत्र (एकर /गुंठे)	खताचा प्रकार (शेण / लेंडी / पोल्ट्री / गांडूळ / सेंद्रिय)	स्वतःचे खत / कोणाकडून विकत घेतले	खताची खरेदी किंमत रु.
उदा.	ब-१	ऊस - २ एकर	शेणखत	स्वतःचे	नाही
१					
२					
३					
४					
५					
६					
७					
८					
९					
१०					
शेणखत / सेंद्रिय खत खरेदी + खत टाकण्यावरील एकूण वार्षिक खर्च रु. =					

खतामधील घटक (शेण/ लेंडी व इतर)	मागील खत टाकल्याची तारीख	खत घालण्याची तारीख	एकूण किती खत टाकले (क्विंटल / टन)	खत टाकण्यासाठी कामगारावरील खर्च रु.	खतावरील एकूण खर्च रु.	शिल्लक खत विक्रीतून मिळालेली रक्कम रु.
शेण व लेंडी	**०१/०६/२०१५**	**०१/०६/२०१८**	**६ टन (६ ट्रॉली)**	**घरच्या घरी टाकले**	**१८०००/-**	**६०००/-**

शिल्लक खत विक्रीतून मिळालेली एकूण वार्षिक रक्कम रु. =	

शेतीच्या मशागतीविषयीच्या नोंदी :

(उदा. रान ओलवणे, नांगरणी, फणणे, कुळपणी, लोडणे, सरी सोडणे / सारे सोडणे, सरी तोडणे / वाफे ओढणे इ.)

अ. नं.	शेतीच्या प्लॉटचे नाव / ओळख / नंबर	पिकाचे नाव व पिक लागवडीखालील क्षेत्र (एकर / गुंठे)	दिनांक	मशागतीचा प्रकार	मशागतीचा उद्देश
उदा.	ब-१	ऊस- २ एकर	०१/०६/२०१८	नांगरणी	मातीची उलथापालथ करून तण व मागच्या पिकांचे अंश मातीत गाडणे
१					
२					
३					
४					
५					
६					
७					
८					
९					
१०					
११					
१२					
१३					
१४					
१५					
१६					
१७					
१८					
१९					
२०					

मशागत कशाने केली	किती लोक कामाला होते	दर दिवसाचा कामावर असणाऱ्या लोकांवरील खर्च रु.	एका दिवसात किती रानाची मशागत केली (एकर / गुंठे)	मशागतीचा दर दिवसाचा खर्च रु.	मशागतीसाठी लागलेले एकूण दिवस	मशागतीसाठी आलेला एकूण खर्च रु.
ट्रॅक्टर	१	४००/-	३ एकर	२०००/-	०२	४४००/-

शेतीच्या मशागतीविषयीच्या नोंदी :

(उदा. रान ओलवणे, नांगरणी, फणणे, कुळपणी, लोडणे, सरी सोडणे / सारे सोडणे, सरी तोडणे / वाफे ओढणे इ.)

अ. नं.	शेतीच्या प्लॉटचे नाव / ओळख / नंबर	पिकाचे नाव व पीक लागवडीखालील क्षेत्र (एकर / गुंठे)	दिनांक	मशागतीचा प्रकार	मशागतीचा उद्देश
२१					
२२					
२३					
२४					
२५					
२६					
२७					
२८					
२९					
३०					
३१					
३२					
३३					
३४					
३५					
३६					
३७					
३८					
३९					
४०					
वेगवेगळ्या मशागतीच्या प्रकारांवर आलेला एकूण वार्षिक खर्च - (रु.) =					

मशागत कशाने केली	किती लोक कामाला होते	दर दिवसाचा कामावर असणाऱ्या लोकांवरील खर्च रु.	एका दिवसात किती रानाची मशागत केली (एकर / गुंठे)	मशागतीचा दर दिवसाचा खर्च रु.	मशागतीसाठी लागलेले एकूण दिवस	मशागतीसाठी आलेला एकूण खर्च रु.

पीक लागणीविषयीच्या नोंदी

अ. नं.	पिकाचे नाव	लागणीची सुरुवातीची तारीख	पिकाच्या एकूण लागवडीचे क्षेत्र (एकर / गुंठे)	लागवडीची पद्धत (पेरणे / विस्कटणे / टोचणे इ.)	लागणीची पद्धत (गादी वाफा, सरी इ.)	बियाण्याची जात व कंपनी
उदा.	ज्वारी	०१/०६/२०१८	१ एकर	विस्कटणे	वाफा	महाबीज जवाहर चारी ६
१						
२						
३						
४						
५						
६						
७						
८						
९						
१०						
११						
१२						
१३						
१४						
१५						
१६						
१७						
१८						
१९						

पीक लागवडीसाठी एकूण वार्षिक खर्च (वार्षिक बियाणावरील खर्च + वार्षिक लागणीसाठी लागणाऱ्या कामगारावरील एकूण खर्च) – (रु.) =

बियाण्यावर केलेली प्रक्रिया	प्रति एकर एकूण किती बियाणे लागले (किलो)	पिकाची अपेक्षित काढणीची तारीख	प्रति कामगार दिवसाचा पगार रु. व एकूण कामगार	लागणीसाठी कामगारावरचा खर्च रु.	बियाणावरील एकूण खर्च रु.	लागणीसाठी एकूण खर्च रु.
३०% मिठाच्या द्रावणात भिजवले व गंधक लावले	२ किलो	१०/१०/२०१८	२००/- दोन	४००/-	१०००/-	१४००/-

पिकाला पाणी देण्याविषयीच्या नोंदी :

अ. नं.	पिकाचे नाव	पिकाच्या एकूण लागवडीचे क्षेत्र (एकर / गुंठे)	पाणी देण्याची पद्धत (ठिबक, वाफा, सरी, इ.)	कितवे पाणी	पाणी देणे सुरू केल्याची तारीख
उदा.	ज्वारी	१ एकर	वाफा	पहिले	०२/०६/२०१८
१					
२					
३					
४					
५					
६					
७					
८					
९					
१०					
११					
१२					
१३					
१४					
१५					
१६					
१७					
१८					
१९					
२०					

पाणी देण्यासाठी लागलेले एकूण दिवस	पुढच्या पाण्याची संभाव्य तारीख	आणखी किती पाणी लागतील याचा अंदाज	पाणी देण्यावरील खर्च (कामगार व पाणीपट्टी) रु.	पीक विरळणी / बी टोचणीसाठी आलेला खर्च रु.	एकूण खर्च (पाणीपट्टी + कामगार + विरळणी) रु.
०३	२०/०६/२०१८	४ पाणी	५००/-	२००/-	७००/-

पिकाला पाणी देण्याविषयीच्या नोंदी :

अ. नं.	पिकाचे नाव	पिकाच्या एकूण लागवडीचे क्षेत्र (एकर / गुंठे)	पाणी देण्याची पद्धत (ठिबक, वाफा, सरी, इ.)	कितवे पाणी	पाणी देणे सुरू केल्याची तारीख
२१					
२२					
२३					
२४					
२५					
२६					
२७					
२८					
२९					
३०					
३१					
३२					
३३					
३४					
३५					
३६					
३७					
३८					
३९					
४०					

पाणी देण्यासाठी लागलेले एकूण दिवस	पुढच्या पाण्याची संभाव्य तारीख	आणखी किती पाणी लागतील याचा अंदाज	पाणी देण्यावरील खर्च (कामगार व पाणीपट्टी) रु.	पीक विरळणी / बी टोचणीसाठी आलेला खर्च रु.	एकूण खर्च (पाणीपट्टी + कामगार + विरळणी) रु.

पिकाला पाणी देण्याविषयीच्या नोंदी :

अ. नं.	पिकाचे नाव	पिकाच्या एकूण लागवडीचे क्षेत्र (एकर / गुंठे)	पाणी देण्याची पद्धत (ठिबक, वाफा, सरी, इ.)	कितवे पाणी	पाणी देणे सुरू केल्याची तारीख
४१					
४२					
४३					
४४					
४५					
४६					
४७					
४८					
४९					
५०					
५१					
५२					
५३					
५४					
५५					
५६					
५७					
५८					
५९					
६०					
एकूण वार्षिक खर्च (वार्षिक पाणीपट्टी खर्च + वार्षिक पाणी देण्यासाठी लागणाऱ्या कामगारावरील एकूण खर्च + पीक विरळणी किंवा टोचणीवरील खर्च) - (रु.) =					

पाणी देण्यासाठी लागलेले एकूण दिवस	पुढच्या पाण्याची संभाव्य तारीख	आणखी किती पाणी लागतील याचा अंदाज	पाणी देण्यावरील खर्च (कामगार व पाणीपट्टी) रु.	पीक विरळणी / बी टोचणीसाठी आलेला खर्च रु.	एकूण खर्च (पाणीपट्टी + कामगार + विरळणी) रु.

पिकांच्या खुरपण्याविषयीच्या नोंदी :

अ. नं.	पिकाचे नाव	पिकाच्या एकूण लागवडीचे क्षेत्र (एकर / गुंठे)	कितवी खुरपणी	खुरपणीची सुरुवातीची तारीख	खुरपणीची शेवटची तारीख	खुरपणीला एकूण किती दिवस लागले	खुरपणीसाठी एकूण किती कामगार लागले	कामगारांचा दर दिवशीचा पगार रु.	खुरपणीसाठी एकूण खर्च रु.
उदा.	ज्वारी	१ एकर	पहिली	१०/०६/१८	१३/०६/१८	३ दिवस	१०	२००/-	६०००/-
१									
२									
३									
४									
५									
६									
७									
८									
९									
१०									
११									
१२									
१३									
१४									
१५									
१६									
१७									
१८									
१९									
२०									

पिकांच्या खुरपण्याविषयीच्या नोंदी :

अ.	पिकाचे नाव	पिकाच्या एकूण लागवडीचे क्षेत्र (एकर / गुंठे)	कितवी खुरपणी	खुरपणीची सुरुवातीची तारीख	खुरपणीची शेवटची तारीख	खुरपणीला एकूण किती दिवस लागले	खुरपणीसाठी एकूण किती कामगार लागले	कामगारांचा दर दिवशीचा पगार रु.	खुरपणीसाठी एकूण खर्च रु.
२१									
२२									
२३									
२४									
२५									
२६									
२७									
२८									
२९									
३०									
३१									
३२									
३३									
३४									
३५									
३६									
३७									
३८									
३९									
४०									
पीक खुरपणीवर आलेला एकूण वार्षिक खर्च रु. =									

पिकांच्या रासायनिक खते टाकण्याविषयीच्या नोंदी :

अ. नं.	पिकाचे नाव	पीक लागवडीची तारीख	पीक लागवडीखालील क्षेत्र (एकर / गुंठे)	रासायनिक खताचे नाव	खत दुकानाचे नाव व बिल नंबर व तारीख	खताची खरेदी किंमत रु. / किलो किंवा क्विंटल
उदा.	कांदा	२०/०४/२०१८	३ एकर	युरिया	राम ॲग्री प्रॉडक्ट्स म्हसवड S - 105 ०१/०६/२०१८	३००/- / ५० किलो
१						
२						
३						
४						
५						
६						
७						
८						
९						
१०						

खतामधील घटक	खत देण्याची तारीख	खत देण्याची पद्धत	एकूण किती खत दिले (किलो)	पुढच्या खताच्या डोसची अंदाजे तारीख	खत देण्यासाठी कामगारावरील खर्च रु.	खतावरील एकूण खर्च (खत+कामगार) रु.
४६-०-०-० N:P:K:S	०२/०६/२०१८	विस्कटणे	३०० किलो	नाही	८००/-	२६००/-

पिकांच्या रासायनिक खते टाकण्याविषयीच्या नोंदी :

अ. नं.	पिकाचे नाव	पीक लागवडीची तारीख	पीक लागवडीखालील क्षेत्र (एकर / गुंठे)	रासायनिक खताचे नाव	खत दुकानाचे नाव व बिल नंबर व तारीख	खताची खरेदी किंमत रु. / किलो किंवा क्विंटल
११						
१२						
१३						
१४						
१५						
१६						
१७						
१८						
१९						
२०						
एकूण वार्षिक खर्च (वार्षिक रासायनिक खत खरेदीवरील खर्च + वार्षिक रासायनिक खत टाकण्यासाठी लागणाऱ्या कामगारावरील एकूण खर्च) - (रु.) =						

खतामधील घटक	खत देण्याची तारीख	खत देण्याची पद्धत	एकूण किती खत दिले (किलो)	पुढच्या खताच्या डोसची अंदाजे तारीख	खत देण्यासाठी कामगारावरील खर्च रु.	खतावरील एकूण खर्च (खत+कामगार) रु.

पिकावर औषध फवारणीविषयीच्या नोंदी :

अ. नं.	पिकाचे नाव	पीक लागवडीखालील क्षेत्र (एकर / गुंठे)	पीक लागवडीची तारीख	फवारणीच्या औषधाचे नाव व संख्या (नग)	औषध दुकानदाराचे नाव व बिल नंबर	औषधाची खरेदी किंमत (रु. / नग)	औषधामधील घटक
उदा.	द्राक्षे	३ एकर	२०/०६/२०१८	मन्कॉझेप ७५ डी एफ. २०० मिली - ३ बाटल्या	राम ॲग्री प्रॉडक्ट बिल नं. - SR - 115	६००/- प्रति बाटलीप्रमाणे ३ बाटल्यांचे १८००/-	मन्कॉझेप ७५ डी एफ
१							
२							
३							
४							
५							
६							
७							
८							
९							
१०							

औषध मारण्याची तारीख	औषध मारण्याची पद्धत	एकूण कुणी व किती औषध मारले (लिटर)	औषधाची मात्रा (मिली) प्रति लिटर पाणी	पुढच्या औषध फवारणीची अंदाजे तारीख	औषध मारणाऱ्या कामगारांवरील खर्च रु.	औषध फवारणीवरील एकूण खर्च रु.
२०/०६/२०१८	फवारणी	सोमनाथ २०० लिटर	५ मिली / लिटर	२०/०८/२०१८	४००/-	२२००/-

औषध फवारणीविषयीच्या नोंदी

अ. नं.	पिकाचे नाव	पीक लागवडीखालील क्षेत्र (एकर /गुंठे)	पीक लागवडीची तारीख	फवारणीच्या औषधाचे नाव व संख्या (नग)	औषध दुकानदाराचे नाव व बिल नंबर	औषधाची खरेदी किंमत (रु. / नग)	औषधामधील घटक
११							
१२							
१३							
१४							
१५							
१६							
१७							
१८							
१९							
२०							
एकूण वार्षिक खर्च (वार्षिक औषध खरेदी खर्च + वार्षिक औषध मारण्यासाठी लागणाऱ्या कामगारांवरील एकूण खर्च) – (रु.) =							

औषध मारण्याची तारीख	औषध मारण्याची पद्धत	एकूण कुणी व किती औषध मारले (लिटर)	औषधाची मात्रा (मिली) प्रति लिटर पाणी	पुढच्या औषध फवारणीची अंदाजे तारीख	औषध मारणाऱ्या कामगारावरील खर्च रु.	औषध फवारणीवरील एकूण खर्च रु.

पिक काढणी व मळणीविषयीच्या नोंदी :

अ. नं.	पिकाचे नाव	पीक लागवडीखालील क्षेत्र (एकर / गुंठे)	पीक लागवडीची तारीख	पीक काढणीची तारीख	काढणीसाठी लागलेले कामगार व दिवस	काढणीसाठी एकूण खर्च रु.
उदा.	ज्वारी	२ एकर	२०/१०/२०१७	२८/०२/२०१८	४ कामगार / ३ दिवस	४००/- रु. कामगार ३ दिवस
१						
२						
३						
४						
५						
६						
७						
८						
९						
१०						

पीक मळणीसाठी कुणाचे व कोणते यंत्र वापरले	मळणीसाठी लागलेले कामगार	कामगारांना दिलेले धान्य / मळणीवरील एकूण खर्च रु.	काढणी व मळणीवरील एकूण खर्च रु.	एकूण वैरण	पिकाचे मिळालेले उत्पादन (क्विंटल)
वसंत यांचे मळणीयंत्र	२	२०० प्रति कामगार प्रमाणे ४००/-	काढणी २४००/- मळणी ४००/- एकूण - २८००/-	१५०० पेंड्या	२० क्विंटल

पिक काढणी व मळणीविषयीच्या नोंदी :

अ. नं.	पिकाचे नाव	पीक लागवडीखालील क्षेत्र (एकर / गुंठे)	पीक लागवडीची तारीख	पीक काढणीची तारीख	काढणीसाठी लागलेले कामगार व दिवस	काढणीसाठी एकूण खर्च रु.
११						
१२						
१३						
१४						
१५						
१६						
१७						
१८						
१९						
२०						
एकूण वार्षिक खर्च (वार्षिक काढणीसाठी येणारा खर्च +वार्षिक धान्य मळणीसाठी येणारा एकूण खर्च) - (रु.) =						

पीक मळणीसाठी कुणाचे व कोणते यंत्र वापरले	मळणीसाठी लागलेले कामगार	कामगारांना दिलेले धान्य / मळणीवरील एकूण खर्च रु.	काढणी व मळणीवरील एकूण खर्च रु.	एकूण वैरण	पिकाचे मिळालेले उत्पादन (क्विंटल)
विविध पिकाचे मिळालेले एकूण वार्षिक उत्पादन – (क्विंटल) =					

धान्य साठवण व विक्रीविषयक नोंदी :

अ. नं.	पिकाचे नाव	पिकाच्या लागवडीखालील क्षेत्र (एकर / गुंठे)	पिकाचे एकूण प्रति एकरी उत्पादन (क्विंटल / टन)	धान्य किती दिवस वाळवले	घरच्या वापरासाठी लागणारे धान्य (क्विंटल / टन)	विक्रीची तारीख
उदा.	गहू	१ एकर	१५ क्विंटल	८ दिवस	३ क्विंटल	२०/०६/२०१८
१						
२						
३						
४						
५						
६						
७						
८						
९						
१०						

एकूण किती धान्य / उत्पन्न विकले (क्विंटल / टन)	दर काय मिळाला (रु. / क्विंटल किंवा टन)	कोणाला विकले	विक्रीतून मिळालेली एकूण रक्कम रु.	बिल नंबर	शिल्लक साठा (क्विंटल / टन)	साठवणीची पद्धत	धान्य साठवणीसाठी आलेला खर्च रु.
१० क्विंटल	१५००/- प्रति क्विंटल	तेजस शेंडे व्यापारी म्हसवड	१५०००/-	S-102	क्विंटल	कनिंग	१००/-

धान्य साठवण व विक्रीविषयक नोंदी :

अ. नं.	पिकाचे नाव	पिकाच्या लागवडीखालील क्षेत्र (एकर / गुंठे)	पिकाचे एकूण प्रति एकरी उत्पादन (क्विंटल / टन)	धान्य किती दिवस वाळवले	घरच्या वापरासाठी लागणारे धान्य (क्विंटल / टन)	विक्रीची तारीख
११						
१२						
१३						
१४						
१५						
१६						
१७						
१८						
१९						
२०						

वार्षिक धान्य विक्रीतून मिळालेली एकूण रक्कम - (रु.) =

एकूण किती धान्य / उत्पन्न विकले (क्विंटल / टन)	दर काय मिळाला (रु. / क्विंटल किंवा टन)	कोणाला विकले	विक्रीतून मिळालेली एकूण रक्कम रु.	बिल नंबर	शिल्लक साठा (क्विंटल / टन)	साठवणीची पद्धत	धान्य साठवणीसाठी आलेला खर्च रु.
				धान्य साठवणीसाठी आलेला एकूण वार्षिक खर्च (रु.) =			

चारा पीक लागवडीविषयक नोंदी :

महिना	चारा पिकाचे नाव	लागवडीची तारीख	लागवडीखालील जमीन क्षेत्र (एकर / गुंठे)	उत्पादन खर्च रु.
उदा.	CO-4	२०/०६/२०१८	३० गुंठे	५००/-
जानेवारी				
फेब्रुवारी				
मार्च				
एप्रिल				

पहिल्यांदा कट करण्याची अपेक्षित तारीख	शेवटचा कट करण्याची अपेक्षित तारीख	एकूण अपेक्षित उत्पादन (क्विंटल)	किती ओला किंवा वाळला चारा विकला (क्विंटल / पेंड्या)	धान्य / बियाणे विक्रीतून मिळालेली रक्कम रु.	ओला किंवा वाळला चारा विक्रीतून मिळालेली रक्कम रु.
२५/०८/२०१८	२५/०८/२०२०	५० टन		१ रुपया ठोंब प्रमाणे २००० विकले २०००/-	५०००/-

चारा पीक लागवडीविषयक नोंदी :

महिना	चारा पिकाचे नाव	लागवडीची तारीख	लागवडीखालील जमीन क्षेत्र (एकर / गुंठे)	उत्पादन खर्च रु.
मे				
जून				
जुलै				
ऑगस्ट				

पहिल्यांदा कट करण्याची अपेक्षित तारीख	शेवटचा कट करण्याची अपेक्षित तारीख	एकूण अपेक्षित उत्पादन (क्विंटल)	किती ओला किंवा वाळला चारा विकला (क्विंटल / पेंड्या)	धान्य / बियाणे विक्रीतून मिळालेली रक्कम रु.	ओला किंवा वाळला चारा विक्रीतून मिळालेली रक्कम रु.

चारा पीक लागवडीविषयक नोंदी :

महिना	चारा पिकाचे नाव	लागवडीची तारीख	लागवडीखालील जमीन क्षेत्र (एकर / गुंठे)	उत्पादन खर्च रु.
सप्टेंबर				
ऑक्टोबर				
नोव्हेंबर				
डिसेंबर				

पहिल्यांदा कट करण्याची अपेक्षित तारीख	शेवटचा कट करण्याची अपेक्षित तारीख	एकूण अपेक्षित उत्पादन (क्विंटल)	किती ओला किंवा वाळला चारा विकला (क्विंटल / पेंड्या)	धान्य / बियाणे विक्रीतून मिळालेली रक्कम रु.	ओला किंवा वाळला चारा विक्रीतून मिळालेली रक्कम रु.

शेतीच्या जमा-खर्चविषयीच्या नोंदी :

(खर्चाच्या गोष्टी : बँक कर्ज हप्ता, लाईट बिल, अवजारावरील दुरुस्ती, इंधन, पाणीपट्टी, शेतसारा, इ.)

खर्चाच्या नोंदी					
अ. न.	तारीख	कशावर खर्च केला	पिकाचे नाव	रक्कम कुणाला दिली	एकूण रक्कम रु.
उदा.	२०/०४/२०१८	पिककर्ज हप्ता	डाळिंब	SBI बँक	५,०००/-
उदा.	२०/०६/२०१८	लाईट बिल	सर्व शेतीसाठी	MSEB	३०००/-
१					
२					
३					
४					
५					
६					
७					
८					
९					
१०					
११					
१२					
१३					
१४					
१५					
१६					
१७					
१८					
१९					
२०					

मळकतीच्या नोंदी

तारीख	पिकाचे नाव	कशातून मिळकत झाली	रक्कम कुणाकडून मिळाली	एकूण रक्कम रु.
२०/०६/२०१८	गहू	२० क्विंटल गहू विकला	व्यापारी म्हसवड	३०,०००/-

शेतीच्या जमा-खर्चविषयीच्या नोंदी :

(खर्चाच्या गोष्टी : बँक कर्ज हप्ता, लाईट बिल, अवजारावरील दुरुस्ती, इंधन, पाणीपट्टी, शेतसारा, इ.)

खर्चाच्या नोंदी					
अ. न.	तारीख	कशावर खर्च केला	पिकाचे नाव	रक्कम कुणाला दिली	एकूण रक्कम रु.
२१					
२२					
२३					
२४					
२५					
२६					
२७					
२८					
२९					
३०					
३१					
३२					
३३					
३४					
३५					
३६					
३७					
३८					
३९					
४०					

मळकतीच्या नोंदी

तारीख	पिकाचे नाव	कशातून मिळकत झाली	रक्कम कुणाकडून मिळाली	एकूण रक्कम रु.

शेतीच्या जमा-खर्चविषयीच्या नोंदी :

(खर्चाच्या गोष्टी : बँक कर्ज हप्ता, लाईट बिल, अवजारावरील दुरुस्ती, इंधन, पाणीपट्टी, शेतसारा, इ.)

खर्चाच्या नोंदी					
अ. न.	तारीख	कशावर खर्च केला	पिकाचे नाव	रक्कम कुणाला दिली	एकूण रक्कम रु.
४१					
४२					
४३					
४४					
४५					
४६					
४७					
४८					
४९					
५०					
५१					
५२					
५३					
५४					
५५					
५६					
५७					
५८					
५९					
६०					

मळकतीच्या नोंदी

तारीख	पिकाचे नाव	कशातून मिळकत झाली	रक्कम कुणाकडून मिळाली	एकूण रक्कम रु.

शेतीच्या जमा-खर्चविषयीच्या नोंदी :

(खर्चाच्या गोष्टी : बँक कर्ज हप्ता, लाईट बिल, अवजारावरील दुरुस्ती, इंधन, पाणीपट्टी, शेतसारा, इ.)

खर्चाच्या नोंदी					
अ. न.	तारीख	कशावर खर्च केला	पिकाचे नाव	रक्कम कुणाला दिली	एकूण रक्कम रु.
६१					
६२					
६३					
६४					
६५					
६६					
६७					
६८					
६९					
७०					
७१					
७२					
७३					
७४					
७५					
७६					
७७					
७८					
७९					
८०					

मळकतीच्या नोंदी				
तारीख	पिकाचे नाव	कशातून मिळकत झाली	रक्कम कुणाकडून मिळाली	एकूण रक्कम रु.

शेतीच्या जमा-खर्चविषयीच्या नोंदी :

(खर्चाच्या गोष्टी : बँक कर्ज हप्ता, लाईट बिल, अवजारावरील दुरूस्ती, इंधन, पाणीपट्टी, शेतसारा, इ.)

खर्चाच्या नोंदी					
अ. न.	तारीख	कशावर खर्च केला	पिकाचे नाव	रक्कम कुणाला दिली	एकूण रक्कम रु.
८१					
८२					
८३					
८४					
८५					
८६					
८७					
८८					
८९					
९०					
९१					
९२					
९३					
९४					
९५					
९६					
९७					
९८					
९९					
१००					
विविध गोष्टीसाठी झालेल्या एकूण वार्षिक खर्चाची रक्कम (रु.) =					

मिळकतीच्या नोंदी

तारीख	पिकाचे नाव	कशातून मिळकत झाली	रक्कम कुणाकडून मिळाली	एकूण रक्कम रु.
विविध गोष्टींच्या विक्रीमधून मिळालेली एकूण वार्षिक रक्कम (रु.) =				

इतर पूरक व्यवसाय / प्रक्रिया उद्योगांविषयीच्या नोंदी :

(मधमाशीपालन, दूध प्रक्रिया, चारा प्रक्रिया, रेशीम उद्योग, मत्सपालन, इ.)

अ. न.	तारीख	इतर पूरक व्यवसायाचे नाव	नोंदीचा कालावधी	उद्योगावर या काळात आलेला एकूण खर्च रु.
उदा.	७/६/२०१८	मधमाशीपालन	०७/०५/२०१८ ते ०७/०६/२०१८	१२००/-
१				
२				
३				
४				
५				
६				
७				
८				
९				
१०				
११				
१२				
१३				
१४				
१५				
१६				
१७				
१८				
१९				
२०				
वेगवेगळ्या इतर पूरक तथा प्रक्रिया व्यवसायावर आलेला एकूण वार्षिक खर्च (रु.) =				

उद्योगामधून या काळात मिळालेले एकूण उत्पन्न (किलो / लिटर)	उद्योगामधून या कालावधीत उत्पन्न विक्रीतून मिळालेली रक्कम रु.	उद्योगामधून या कालावधीत मिळालेला निव्वळ नफा रु.	शेरा
२ किलो	१८००/-	१८००-१२००=६००	-
	वेगवेगळ्या इतर पूरक तथा प्रक्रिया व्यवसायामधून मिळालेली एकूण वार्षिक रक्कम (रु.) =		

कामगारविषयीच्या नोंदी :

अ. नं.	कामगाराचे नाव	टोपण नाव	संपूर्ण पत्ता	मोबाईल नंबर
उदा.	तेजस चंद्रकांत शेंडे	आप्पा	मु. शिरगाव, पो. पुळकोटी, ता. माण, जि. सातारा	९९७०८३२१०५
१				
२				
३				
४				
५				
६				
७				
८				
९				
१०				
११				
१२				
१३				
१४				
१५				
१६				
१७				
१८				
१९				
२०				
कामगारांच्या पैशावर व अतिरिक्त पैशाच्या उचलीवरील झालेला एकूण वार्षिक खर्च (रु.) =				

कामावर रुजू झाल्याची तारीख	दर दिवसाचा पगार रु.	मासिक पगाराची रक्कम रु.	पगाराची तारीख	काम सोडल्याची तारीख	अतिरिक्त पैशाची रक्कम रु. व तारीख
२०/०६/२०१७	२५०/-	७५००/-	प्रत्येक महिन्याचा पहिला बुधवार	-	५००००/- उचल

कामगारांचे हजेरीपत्रक :

वर्ष :

अ.नं.	कामगाराचे नाव	दि. ०५ फे	दि. ११ फे	दि. १२ फे	दि. ११ फे	दि. २० फे	दि.	दि.	दि.	दि.	दि.	दि.	दि.	दि.	दि.	दि.	दि.
उदा.	आप्पा	P	P	P	P	P											
उदा.	बाळू	P	P	A	A	P											
१																	
२																	
३																	
४																	
५																	
६																	
७																	
८																	
९																	
१०																	
एकूण हजर कामगार (स्त्रिया)		०	०	०	०	०											
एकूण हजर कामगार (पुरुष)		२	२	१	१	२											
एकूण पगार		५००/-	५००/-	२५०/-	२५०/-	५००/-											

प्रति दिवस पगार रुपये १) स्त्री - ____________ २) पुरुष - ____________

दि.	दि.	दि.	दि.	दि.	दि.	दि.	दि.	दि.	दि.	दि.	दि.	दि.	दि.	दि.	दि.	दि.	दि.	दि.	एकूण हजर दिवस	एकूण पगार रु.

कामगारांचे हजेरीपत्रक :
वर्ष :

अ.नं.	कामगाराचे नाव	दि.	दि.	दि.	दि.	दि.	दि.	दि.	दि.	दि.	दि.	दि.	दि.	दि.	दि.	दि.	दि.
१																	
२																	
३																	
४																	
५																	
६																	
७																	
८																	
९																	
१०																	
एकूण हजर कामगार (स्त्रिया)																	
एकूण हजर कामगार (पुरुष)																	
एकूण पगार																	

प्रति दिवस पगार रुपये १) स्त्री - ________________ २) पुरुष - ________________

दि.	दि.	दि.	दि.	दि.	दि.	दि.	दि.	दि.	दि.	दि.	दि.	दि.	दि.	दि.	दि.	दि.	दि.	दि.	एकूण हजर दिवस	एकूण पगार रु.

कामगारांचे हजेरीपत्रक :

वर्ष :

अ.नं.	कामगाराचे नाव	दि.	दि.	दि.	दि.	दि.	दि.	दि.	दि.	दि.	दि.	दि.	दि.	दि.	दि.	दि.	दि.
१																	
२																	
३																	
४																	
५																	
६																	
७																	
८																	
९																	
१०																	
एकूण हजर कामगार (स्त्रिया)																	
एकूण हजर कामगार (पुरुष)																	
एकूण पगार																	

प्रति दिवस पगार रुपये १) स्त्री - ____________ २) पुरुष - ____________

दि.	दि.	दि.	दि.	दि.	दि.	दि.	दि.	दि.	दि.	दि.	दि.	दि.	दि.	दि.	दि.	दि.	दि.	दि.	एकूण हजर दिवस	एकूण पगार रु.

कामगारांचे हजेरीपत्रक :

वर्ष :

अ.नं.	कामगाराचे नाव	दि.	दि.	दि.	दि.	दि.	दि.	दि.	दि.	दि.	दि.	दि.	दि.	दि.	दि.	दि.	दि.
१																	
२																	
३																	
४																	
५																	
६																	
७																	
८																	
९																	
१०																	
एकूण हजर कामगार (स्त्रिया)																	
एकूण हजर कामगार (पुरुष)																	
एकूण पगार																	

प्रति दिवस पगार रुपये १) स्त्री - ______________ २) पुरुष - ______________

दि.	दि.	दि.	दि.	दि.	दि.	दि.	दि.	दि.	दि.	दि.	दि.	दि.	दि.	दि.	दि.	दि.	दि.	दि.	एकूण हजर दिवस	एकूण पगार रु.

कामगारांचे हजेरीपत्रक :
वर्ष :

अ.नं.	कामगाराचे नाव	दि.	दि.	दि.	दि.	दि.	दि.	दि.	दि.	दि.	दि.	दि.	दि.	दि.	दि.	दि.	दि.
१																	
२																	
३																	
४																	
५																	
६																	
७																	
८																	
९																	
१०																	
एकूण हजर कामगार (स्त्रिया)																	
एकूण हजर कामगार (पुरुष)																	
एकूण पगार																	

प्रति दिवस पगार रुपये १) स्त्री - ____________ २) पुरुष - ____________

दि.	दि.	दि.	दि.	दि.	दि.	दि.	दि.	दि.	दि.	दि.	दि.	दि.	दि.	दि.	दि.	दि.	दि.	दि.	एकूण हजर दिवस	एकूण पगार रु.

कामगारांचे हजेरीपत्रक :

वर्ष :

अ.नं.	कामगाराचे नाव	दि.	दि.	दि.	दि.	दि.	दि.	दि.	दि.	दि.	दि.	दि.	दि.	दि.	दि.	दि.	दि.
१																	
२																	
३																	
४																	
५																	
६																	
७																	
८																	
९																	
१०																	
एकूण हजर कामगार (स्त्रिया)																	
एकूण हजर कामगार (पुरुष)																	
एकूण पगार																	

प्रति दिवस पगार रुपये १) स्त्री - ____________ २) पुरुष - ____________

दि.	दि.	दि.	दि.	दि.	दि.	दि.	दि.	दि.	दि.	दि.	दि.	दि.	दि.	दि.	दि.	दि.	दि.	दि.	एकूण हजर दिवस	एकूण पगार रु.

पीक विमा तपशील :

अ.नं.	पिकाचे नाव	लागवडीखालील एकूण क्षेत्र (एकर / गुंठा)	शासकीय विमा असेल तर विम्याच्या सर्व नोंदी	विमा पॉलिसी नं.	विमा पॉलिसी किती तारीखेपासून सुरू
उदा.	ज्वारी	२ एकर	विमा ग्रामसेवकांकडे काढला	११११२	२०/०६/२०१७
१					
२					
३					
४					
५					
६					
७					
८					
९					
१०					
विविध पिकांच्या विम्यावर झालेला एकूण वार्षिक खर्च - (रु.) =					

विमा पॉलिसी किती तारीखेला संपते	पैसे भरल्याची तारीख	विमा रक्कम रु.	कंपनीचे नाव आणि संपर्क तपशील	पीक विमा मिळालेली भरपाई रक्कम रु.	रक्कम मिळण्याची तारीख व पद्धत
२०/१०/१७ (पीक काढणीनंतर)	२०/०६/१७	१०००/-	शासकीय विमा	५०००/-	२०/०६/२०१८ बँक खात्यामध्ये जमा झाले
पीक विमा काढल्यानंतर मिळालेली एकूण वार्षिक भरपाई रक्कम रु. =					

प्रक्षेत्रावरील स्थायी सामान विषयक नोंदी

अ.न.	सामानाचे नाव व नंबर	एकूण वस्तूंची संख्या	सामानाचे वर्णन व कंपनी	खरेदीची तारीख व बिलाचा नंबर	खरेदी किंमत	विक्रेत्याचे नाव, पत्ता व मोबाईल
उदा.	औषध फवारणी पंप	१	पेट्रोल इंजिन पंप किर्लोस्कर	२०/०७/२०१७ V-113	२७०००/-	कृषी सेवा केंद्र म्हसवड
१						
२						
३						
४						
५						
६						
७						
८						
९						
१०						

वापरासाठी किती व कधी दिली	वस्तू किती तारखेला तपासल्या	वस्तू तपासल्यानंतरचा अहवाल (उपलब्ध / अनुपलब्ध)	शिल्लक	सध्याची अंदाजे किंमत रु.	विल्हेवाट लावल्याची तारीख व नंबर	शेरा
१ ३०/०१/२०१७	३०/०६/२०१८	सुस्थितीत चालू आहे	१	२४०००/०	वापरात आहे	चालू आहे सर्व्हिसिंग करून घ्यावे लागेल.

शेती व्यवसायासायातील वर्षाचा एकूण जमा-खर्च ताळेबंद :

अ.न.	पिकांचा जमा-खर्च ताळेबंद	उदा	पिकाचे नाव : १
खर्चाच्या नोंदी (उदा. ज्वारी, बाजरी, डाळिंब, द्राक्षे इ.)		कांदा	
पीक लागवडीखालील क्षेत्र (एकर / गुंठा)		१ एकर	
१	पीक लागणीचा दिनांक	२०/०३/२०१८	
२	पाणी परीक्षण खर्च रु.	१००/-	
३	माती परीक्षण खर्च रु.	केले नाही	
४	सेंद्रिय / शेण खतावरील खर्च रु.	६०००/-	
५	रान ओलवण्यासाठी आलेला खर्च रु.	नाही	
६	नांगरणीसाठी आलेला खर्च रु.	१५००/-	
७	फणण्यासाठी आलेला खर्च रु.	५००/-	
८	कुळपणीसाठी आलेला खर्च रु.	नाही	
९	रान लोडण्यासाठी आलेला खर्च रु.	नाही	
१०	सरी सोडणे / सारे सोडण्यासाठी आलेला खर्च रु.	२०००/-	
११	सरी तोडणे / वाफे वडण्यासाठी आलेला खर्च रु.	२०००/-	
१२	बियाणे खरेदी व बीज प्रक्रियेसाठी आलेला खर्च रु.	१०००/-	
१३	पीक लागणीसाठी आलेला खर्च रु.	१३००/-	
१४	पिकाला लागणाऱ्या पाण्यावरील खर्च रु.	३००/-	
१५	पीक खुरपणीवरील खर्च रु.	१७००/-	
१६	पिकाला लागणाऱ्या रासायनिक खतावरील खर्च रु.	१२००/-	
१७	पीक औषध फवारणीवरील खर्च रु.	७००/-	
१८	पीक काढणीवरील खर्च रु.	२३००/-	
१९	पीक मळणीवरील खर्च रु.	कांदा काटणे २०००/-	
२०	धान्य साठवणीसाठी आलेला खर्च रु.	५००/-	
२१	कामगारावर आलेला एकूण खर्च रु.	३०००/-	
२२	पीक विम्यावर आलेला एकूण खर्च रु.	५००/-	
२३	पीक कर्जावरील एकूण खर्च रु.	नाही	
२४	लाईटवर आलेला एकूण खर्च रु.	२००/-	
२५	इतर कशावर खर्च झालेला असल्यास रु.	नाही	
प्रत्येक पिकावर झालेला एकूण खर्च रु.		२६८००/-	
सर्व पिकांवर मिळून झालेला एकत्रित वार्षिक खर्च रु.			

पिकाचे नाव : २	पिकाचे नाव : ३	पिकाचे नाव : ४	पिकाचे नाव : ५

शेती व्यवसायासायातील वर्षाचा एकूण जमा-खर्च ताळेबंद :

अ.न.	पिकांचा जमा-खर्च ताळेबंद	उदा	पिकाचे नाव : १
पिकाच्या विविध उत्पादनावरील मिळकत रु.			
२६	पिकामधून मिळालेले एकूण उत्पन्न क्विंटल / टन इ.	**७० क्विंटल / एकर**	
२७	पिकाला मिळालेला प्रति क्विंटल दर	**६०० / क्विंटल**	
२८	पिकामधून मिळालेले एकूण उत्पन्न रु.	४२०००/-	
२९	ओलाचारा / वैरण विक्रीतून मिळालेले एकूण उत्पन्न रु.	-	
३०	विमा भरपाईमधून मिळालेली रक्कम रु.	-	
३१	पिकासाठी मिळालेली अनुदान रक्कम रु.	-	
३२	इतर शेतीतील कोणत्याही प्रकारचे उत्पन्न रु.	-	
३३	आलेला प्रति किलो उत्पादन खर्च (एकूण खर्च / एकूण उत्पन्न)	**३ रु. ८२ पैसे**	
३४	मिळालेला प्रति किलो दर रु.	**६.०० रु.**	
३५	मिळालेला प्रति किलो एकूण निव्वळ नफा (उत्पन्न - खर्च)	**२ रु. १७ पैसे**	
प्रत्येक पिकामधून मिळालेले एकूण उत्पन्न रु.		४२०००/-	
प्रत्येक पिकामधून झालेला निव्वळ नफा (एकूण उत्पन्न – एकूण खर्च)		४२०००-२६८००=१५२००/-	
सर्व पिकांपासून मिळालेले एकूण एकत्रित वार्षिक उत्पन्न रु.			
शेतीपासून मिळालेला एकूण वार्षिक निव्वळ नफा = नफा पीक १ + नफा पीक २+ नफा पीक ३ + नफा पीक ४ + नफा पीक ५ + नफा पीक ६			

जनावरांचा / इतर पूरक व्यवसाय / प्रक्रिया व्यवसायाचा वर्षाचा एकूण जमा-खर्च ताळेबंद :

अ.न.	जनावरांचा / इतर पूरक व्यवसाय / प्रक्रिया व्यवसायाचा जमा-खर्च ताळेबंद	उदा.	जानेवारी	फेब्रुवारी
१	प्रति महिना जनावरांच्या/ इतर पूरक व्यवसाय / प्रक्रिया व्यवसायाच्या विविध उत्पादनापासून मिळालेली एकूण रक्कम (उदा. शेणखत विक्री, दूध विक्री, अंडी विक्री, लोकर विक्री, जनावर विक्री, इ.) रु.	६०००/-		
२	**सर्व जनावरांपासून / इतर पूरक व्यवसाय / प्रक्रिया व्यवसायांपासून मिळालेले एकत्रित वार्षिक उत्पन्न रु.**			
३	प्रति महिना जनावरांच्या / इतर पूरक व्यवसाय / प्रक्रिया व्यवसायाच्या विविध गोष्टींवर झालेला एकूण खर्च (उदा. चारा, औषधोपचार, व्यवस्थापन, पैदास, निवारा इ.) रु.	२५००/-		
४	**सर्व जनावरांवर / इतर पूरक व्यवसाय / प्रक्रिया व्यवसायांवर मिळून झालेला एकत्रित वार्षिक खर्च रु.**			
५	**प्रति महिना जनावरांपासून / इतर पूरक व्यवसाय / प्रक्रिया व्यवसायांपासून मिळालेला निव्वळ नफा = (मासिक उत्पन्न - मासिक खर्च) रु.**	६०००- २५०० = ३५००/-		
६	**जनावरांपासून / इतर पूरक व्यवसाय / प्रक्रिया व्यवसायांपासून मिळालेले एकूण वार्षिक निव्वळ नफा = गाय + म्हैस + शेळी + मेंढी + कोंबडी + इतर)**			
७	**शेतकऱ्याला मिळालेले एकूण एकत्रित वार्षिक उत्पन्न = (शेतीपासून मिळालेला निव्वळ नफा + पशुपालनातून / इतर पूरक व्यवसाय / प्रक्रिया व्यवसायांपासून मिळालेला निव्वळ नफा)**			

पिकाचे नाव : २	पिकाचे नाव : ३	पिकाचे नाव : ४	पिकाचे नाव : ५

मार्च	एप्रिल	मे	जून	जुलै	ऑगस्ट	सप्टेंबर	ऑक्टोबर	नोव्हेंबर	डिसेंबर

लेखकाचा परिचय

डॉ. तेजस चंद्रकांत शेंडे

गाव : शिरताव, पोस्ट : पुळकोटी
तालुका : माण, जिल्हा : सातारा
पिन : ४१५५०९
मोबाईल नंबर : ०९९७०८३२१०५
इमेल : tejas.shende@gmail.com
जन्म : २० जुलै १९८१

शिक्षण :
एम. व्ही. एस. सी. (पशुअनुवंश व पशुपैदास विभाग)
नोंदणी क्रमांक : ७३१२
मुंबई पशुवैद्यकीय महाविद्यालय परळ, मुंबई - १२

अनुभव :
१) सहयोगी संशोधक, स्पेशलाईज्ड सेंटर फॉर सेल बेस्ड थेरपी,
सेठ गोवर्धनदास सुंदरदास वैद्यकीय महाविद्यालय व
के. ई. एम. हॉस्पिटल, परळ, मुंबई - १२
(कार्यरत कालावधी : जुलै २००७ ते २००९)
२) साहाय्यक प्राध्यापक,
क्रांतिसिंह नाना पाटील पशुवैद्यकीय महाविद्यालय शिरवळ
ता. खंडाळा, जि. सातारा, पिन ४१२८०१
(कार्यरत कालावधी : जुलै २००९पासून आजतागायत)

www.ingramcontent.com/pod-product-compliance
Lightning Source LLC
LaVergne TN
LVHW082047051026
849532LV00011B/3507